ஷட்பதீ ஸ்தோத்ரம்

ADI SHANKARAR ARULIYA VISHNU STUTI

கௌஷிக் கே

பொருளடக்கம்

முன்னுரை — v

1. ஷ்லோகம் 1 — 1
2. ஷ்லோகம் 2 — 5
3. ஷ்லோகம் 3 — 7
4. அத்தியாயம் 4 — 10
5. ஷ்லோகம் 5 — 13
6. ஷ்லோகம் 6 — 16
7. பிரார்த்தனையும் பலஷ்ருதியும் — 21
8. ஷட்பதீ ஸ்தோத்ரம் — 27

Contact Me — 29
Other Books By Author — 33

முன்னுரை

இந்த ஸ்தோத்திரம் அத்வைத சித்தாந்த பிரதிஷ்டாபகாசாரியராகிய ஸ்ரீ ஆதி சங்கர பகவத்பாதரால் இறைவனான ஸ்ரீமன்நாராயணனை துதித்துப் பாடப்பட்டது.

இந்த ஸ்தோத்திரம் ஷட்பதீ ஸ்தோத்ரம் என்று வழங்கப் படுகிறது. அதற்க்கான காரணம் இது ஆறு பதங்களால் (ஸ்லோகங்களால் ஆனது) இந்த துதி இறைவனிடம் பக்தி ஞான வைராக்யங்களையும் முக்தியையும் பிரார்த்திக்கிறது.

ஷட்பதீ என்ற சொல்லுக்கு ஆறு பதங்களைக் கொண்ட ஒரு இலக்கியம் என்று பொருள். ஷட்பதி என்பதற்கு ஆறு கால்களை உடையது அதாவது தேனைப்பருகும் வண்டு என்று பொருள்.

இந்த துதியின் சந்தமானது மணமிகு மலரைச் சுற்றி பரவசத்துடன் அசைந்து ஆடும் வண்டின் நடையை ஒத்து இருப்பதாலும் இது ஷட்பதி ஸ்தோத்ரம் எனப்படுகிறது.

இந்தத் துதி கவிதைமயமானதும் இலக்கணத்திற்குப்பட்ட பல அணி அலங்காரங்களைக் கொண்டதும் ஆகும். இத்துதியில் ஒரே சொல் வேறு பொருட்படுமாறு வெவ்வேறிடங்களில் பயன்படுத்தப்பட்டுள்ளது அதே போல் ஒத்த ஒலியை உடைய சொற்களும் இசைக்கும் சந்ததிற்கும் அழகுசேர்க்கு-மாறு கையாளப் பட்டுள்ளது.

ஆசார்ய பகவத்பாதர் தன் மனதை வண்டாகவும் இறைவன் திருவடியை மலராகவும் உவமை வைத்துப் பாடுகிறார்.

ஸ்ரீ ஷட்பதீ ஸ்தோத்ரத்திற்கு பதவுரையும் விரிவுரையும் எளிய மொழியில் எழுத முற்படுகிறேன்.

இதற்கு ஆதி நாராயணர் அருள் செய்யப் பிரார்த்தித்துக்கொண்டு தொடங்குகிறேன்.

இந்த ஸ்தோத்திரத்தில் இடம்பெற்ற நாராயணரின் திருநாமங்களுக்கு ஸ்ரீ ஆதி சங்கரருடைய விஷ்ணு ஸஹஸ்ரநாம பாஷ்யத்தின் படி வியாக்யானம் செய்யப்படுகிறது.

1

ஷ்லோகம் 1

அவிநயமபநய விஷ்ணோ த₃மய மந:ஶமய விஷயம்ருக₃த்ருஷ்ணாம் ।

பூ₄தத₃யாம் விஸ்தாரய தாரய ஸம்ஸாரஸாக₃ரத: ॥ ௧ ॥

அவிநயம் — பணிவின்மையை

அபநய — நீக்குங்கள் , எடுத்துவிடுங்கள், போக்குங்கள்

விஷ்ணோ — எங்கும் நிறைந்த கடவுளே

த₃மய — கட்டுப்படுத்துங்கள், பழக்குங்கள், அடிபணியச் செய்யுங்கள்

மந: - மனதை

ஶமய — அடக்குங்கள்

விஷயம்ருக₃த்ருஷ்ணாம் — விஷயசுகங்களாகிய (புலன் இன்பங்களாகிய) கானல் நீர்
மீதான எண்ணங்களையும் ஆசைகளை

பூ₄தத₃யாம் — உயிர்கள் மீதான கருணையையும் இரக்கத்தையும்

விஸ்தாரய — விரிவாக்குங்கள்

தாரய — கடக்கச்செய்யுங்கள் , காப்பாற்றுங்கள்

ஸம்ஸாரஸாக₃ரத:- ஸம்ஸாரமாகிய (உலக வாழ்க்கையாகிய) கடலிலிருந்து (கடலை)

அன்வயம்:

விஷ்ணோ அவிநயமபநய மந: த₃மய விஷயம்ருக₃த்ருஷ்ணாம் ஶமய

பூ₄தத₃யாம் விஸ்தாரய ஸம்ஸாரஸாக₃ரத: தாரய

ஓ விஷ்ணுவே நீங்கள் என் பணிவின்மை, வீண் பெருமை, அஹங்காரம் ஆகியவற்றை போக்கி அருளுங்கள், என் மனதையும் எண்ணங்களையும் கட்டுப்படுத்துங்கள். புலன் இன்-பங்களுக்கான என் தாகத்தை அடக்குங்கள். புலன் இன்பங்கள் கானல் நீரோடு ஒப்பிடப்பட்-டுள்ளது ஏனெனில் கானல் நீர் ஒரு வித மாயையே ஆகும் அது தாகத்தைத் தீர்ப்பதில்லை அதேபோல் புலன் இன்பங்களும் மாயையே. அதை அனுபவிப்பதன் மூலம் தாகம் தீர்வதே இல்லை. என்னில் இருக்கும் உயிர்களின் மீதான பரிவை மேலும் வளர்த்துவிடுங்கள். பவக்-கடலிலிருந்து என்னை காப்பாற்றுங்கள், கரையேற்றுங்கள். அந்த பவக்கடலே ஒரு மாயை தானே.

இந்த ஷ்லோகத்தில் நாராயணர் விஷ்ணு என்று அழைக்கப்படுகிறார். அத்திருநாமத்தின் பொருளை விரிவாகக் காண்போம்.

வ்யாபநஸீலத்வாத் விஷ்ணு:

வேவேஷ்டி வ்யாப்நோதீதி விஷ்ணு:

அனைத்திலும் விரிந்து பரவி வியாபிக்கும் எங்கும் நீக்கமற நிறைந்து நிற்கும் தன்மை கொண்டதால் விஷ்ணு என்று போற்றப்படுகிறார்

தே₃ஶகாலவஸ்துப்ரரிச்சே₂தஶூன்ய: இத்யர்த:

அவரது எங்கும் நிறைகின்ற தன்மை அவர் காலத்தாலும் இடத்தாலும் பொருளாலும் வரையறுக்கப் படாதவர். அளவுகடந்தவர் எல்லையற்றவர் என்பதை உணர்த்துகிறது. அவரோ எல்லா காலங்களிலும் உள்ளார். அனைத்து இடங்களிலும் உள்ளார், அனைத்தி- லும் உள்ளார்.

விஷ்ணுர்விக்ரமணாத்
வ்யாப்தே மே ரோத₃ஸீ பார்த க்ராந்திஶ்சாப்₄யதி₄கா ஸ்தி₂தா
க்ரமணாச்சாப்யஹம் பார்த விஷ்ணுரித்யபிஸ ஜ்ஞித:
- மஹாபா₄ரதே ஶாந்திபர்வணி

ஓ ப்ருதையின் (குந்தியின்) மகனே, நான் புவியிலிருந்து வெட்டவெளி முழுவதும் பரவிய போது நான் விஷ்ணு என்ற பெயரால் அழைக்கப்பட்டேன்.

பகவான் த்ரிவிக்ரம அவதாரமெடுத்து பலிச்சக்கரவர்த்தியிடமிருந்து மூன்று உலகங்களை- யும் பெற்று அவைகளை விடுவித்தார். இந்த ஷ்லோகமானது அந்த அவதாரத்தை இந்த திருநாமம் குறிப்பதாக கூறுகிறது. இது விஷ்ணுவுடைய பல லீலைகளில் ஒன்றேயாகும்.

அவர் எப்போதுமே அனைத்து உலகங்களிலும் நீக்கமற நிறைந்திருக்கிறார். த்ரிவிக்ரம அவதாரத்தின் போது அந்த உண்மையை கண்களுக்குப் புலப்படுமாறு வெளிப்படுத்தினார்.

யச்ச கிஞ்சித் ஜக₃த்ஸர்வம் த்₃ருஸ்யதே ஶ்ருயதேபிவா
அன்தர்ப₃ஹிஶ்சதத்ஸர்வம் வ்யாப்ய நாராயண ஸ்தி₂த:
- இதி ப்₃ருஹந்நாராயநே ஶ்ருதௌ

எவையெல்லாம் உலகங்களில் உள்ளதோ, காணப்படுகிறதோ அல்லது கேட்கப்படுகிறதோ அவையனைத்திலும் நாராயணர் உள்ளும் புறமுமாக நிறைந்து நிற்கிறார்.

ஸர்வபூ₄தஸ்த₂ம் ஏகம் நாராயணம் காரணபுருஷம் அகாரணம் பரம்ப்₃ரம்ஹ ஶோகமோ- ஹவிநிர்முக்தம் விஷ்ணும் த்₄யாயந் ந ஸீத₃தி

அனைத்து உயிர்களுக்குள்ளும் பஞ்சபூதங்களுக்குள்ளும் நீக்கமற நிறைந்துள்ள ஒரு- வனும், ஜீவன்கள் அனைவருக்கும் அடைக்கலமாகத் திகழும் அனைத்திற்கும் ஆதி காரண- மான தனக்கு ஒரு பிறப்பிடமோ தான் தோன்ற அல்லது இருக்க வேறு ஒரு காரணப்பொ- ருளோ இல்லாத, துயரம் மயக்கம் முதலியவைகள் தொடக்கூட இயலாத, அவைகளுக்குக் கட்டுப்படாத, அவைகளைக்கடந்த நீக்கமற நிறைந்த பரம்பொருளை தியானிக்கிறவன் அழி- வதில்லை.

தமு ஸ்தோதார: பூர்வ்யம் யதா₂ விதி₃ ருதஸ்ய க₃ர்ப₄ம் ஜநுஷாபிபர்தந
ஆஸ்ய ஜாநந்தோ நாம சித்₃ விவக்தந மஹஸ்தே விஷ்ணோ ஸூமதிம் ப₄ஜாமஹே

- ருக்₃வேதே₃

இந்த ரிக்வேத மந்திரம் இவ்வாறு கூறுகிறது "ஓ இந்த ஸ்துதியை கொண்டு துதிப்பவனே "இறைவன் ஸனாதனமானவன் மூத்தவர்களுக்கெல்லாம் மூத்தவன். அவனே எல்லா சத்தியங்களுக்கும் சாரமாவான், அவனே சாரமான சத்தியமாவான். அவனே பிறவித்துன்பத்திற்கு முடிவாவான். அதாவது அவனின் இந்த சத்தியத்தை உணர்ந்தவன் அந்த ஞானத்தினால் பிறப்பு இறப்பு என்ற இந்த நீண்ட நெடிய ஜென்மங்களின் சக்கரத்திலிருந்து விடுதலை பெறுகிறான். அவனுடைய நாமங்களை உணர்வாயாக (அதன் பொருளை உணர்ந்துகொள்வாயாக) அவைகளை இடைவிடாது ஜபிப்பாயாக. ஓ விஷ்ணு பகவானே மற்றவர்கள் ஜபிக்கிறார்களோ இல்லையோ நாங்கள் தங்களது மகிமை மிகுந்த நாமங்களையும் ஞானமே வடிவான தங்கள் ரூபத்தையும் வழிபட்டுக்கொண்டே இருக்கிறோம்."

யஸ்மாத்₃விஷ்டமிதம் ஸர்வம் தஸ்ய பூக்த்யா மஹாத்மன:

தஸ்மாதே₃வோச்யதே விஷ்ணு: விபூரேதா₄தோர்விவேபூநாத்

- விஷ்ணு புராணே

'விஷ்' என்ற தாதுவின் பொருள் நுழைந்து இருத்தல் என்று பொருள் என்பதால் மகாத்மாவாகிய (மகத்தான ஆத்ம ஸ்வரூபியாகிய) எவருடைய சக்தியால் அனைத்தும் நிரம்பியிருக்கிறதோ அவர் விஷ்ணு என்று அழைக்கப்படுகிறார்.

இந்த ஸ்லோகத்தில் ஆதிசங்கர பகவத்பாதர் இறைவனிடம் சிலநற்பண்புகளைத் தனக்கு அருளுமாறும் அவைகளை தன் மனதில் வளர்த்துத்தருமாறும் பிரார்த்திக்கிறார். இந்த ஸ்லோகத்தின் மூலம் பிரார்த்திக்கப்பட்ட குணங்கள் ப்ரம்ஹானுபவத்தை அடைவதற்கான முதற்படிகளைப் போன்ற தகுதிகள் ஆகும்,. மேற்குறிப்பிட்ட குணங்களைக் கொண்ட ஒரு சாதகனுக்கே போதிக்கப்படும் ஞானம் ஆத்மானுபவத்தைத் தரவல்லதாகிறது ஆகையால் இக்குணங்களை முதல் ஷ்லோகம் மூலம் பிரார்த்திக்கிறார் ஆசார்யர்.

இந்த ஸ்லோகத்தில் இறைவன் நாராயணன் விஷ்ணு என்ற பெயரால் அழைக்கப்படுவதற்கும் பல முக்கியத்துவமுடைய காரணங்கள் உண்டு. விஷ்ணு எங்கும் நிறைந்தவர், அவர் நம் மனங்களிலும் உள்ளார் அவரால் தான் நம் மனங்களை சரிவரக்கட்டுப்படுத்தி வழிநடத்த முடியும். வெளியில் உள்ள யாராலும் ஒருவரின் மனதை கட்டுப்படுத்த இயலாது அதுவும் நிரந்தரமாக அந்த மனதுக்குள்ளும் நிறைந்து நிற்கும் இறைவனாலேயே அதைச் சரியான திசையில் வழிநடத்திச் செல்லமுடியும். ப்ரம்ஹானுபவத்திற்கு ஏற்றதாக மாற்ற முடியும்.

மேற்குறிப்பிட்ட குணங்கள் வெளிமுகமான மாறுதல்கள் அல்ல. அகத்தில் நிகழவேண்டிய மாற்றங்கள் ஆகையால் ஆதி சங்கரர் இறைவனை விஷ்ணு என்ற பெயரால் போற்றி வேண்டுகிறார்.

ஆசார்யர் முக்யமாக இரண்டு நற்பண்புகளை வேண்டுகிறார் ஷமம் தமம் (ஷமம் என்பது வெளிமுக நியமங்களாலும் கட்டுப்பாடுகளாலும் பழக்கிக்கொள்ளப்படும் அடக்கம் ஆகும்.) தமம் என்பது உன்முகமாக எண்ணங்கள் எண்ணும் நிலைக்கு முன்பே புலன்களே கொள்ளும் அடக்கமாகும் இதுவே மன அடக்கத்தைக் காட்டிலும் மேலானதும் கடினமானதும் ஆகும்)

ஆதி சங்கரர் ப்ரகரண க்ரந்தங்களில் பிரம்ம ஞானத்தை உணர ஒரு சாதகனிடம் இருக்கவேண்டிய ஆறு பண்புகளை குறிப்பிடுகிறார். ஷமம் (மன அடக்கம்), தமம் (புலனடக்கம்) , உபரதி (ஆத்ம ஸ்வரூபத்தில் திளைத்து சுகித்தல்) , திதீக்ஷா (பகல் இரவு,குளுமை

வெம்மை, முதலிய மாறுபட்ட சூழ்நிலைகளை சாந்தமாகப் பொறுத்துக்கொள்ளல்) ஸமா-தானம் (மனதை ப்ரம்ஹத்தில் நிலை நிறுத்துதல்), ஷரத்தா (சாஸ்திர வாக்யத்திலும், குரு வாக்யத்திலும் மிகுந்த பற்று கொண்டு அதைக் கடைபிடித்தல்)

முதல் இரண்டு குணங்களுக்காய் பிரார்த்திப்பதால் குறிப்பிடப்பட்டுள்ள மற்ற நான்கு குணங்களுக்கும் சேர்த்தே பிரார்த்திப்பதாகக் கொள்ளலாம்.

இந்த ஷம தமாதிகளைப் பெறவும் ஆத்ம ஞானத்தை பெறவும் பணிவின்மை தடை-யாதலால் அதை நீக்கப் பிரார்த்திக்கிறார். இறைவனே நம்மை ஆட்டுவிக்கிறார், செயல்-களை நம்மைக் கருவியாக்கிச் செய்கிறார் என்று உணர்வதன் மூலமே பணிவை நிரந்தர-மாகப் பெறமுடியும். பணிவின்மையைப் போக்குங்கள் என்ற பிரார்த்தனையின் மூலம் இந்த மகத்தான ஞானத்தை அருளுங்கள். தாங்களே அனைத்தையும் செய்பவர் என்பதை விளங்-கும்படி காட்டி உணர்த்துங்கள் என்று மறைமுகமாக வேண்டுகிறார் எனலாம். ஏனெனில் அதுவே உண்மையான பணிவை நமக்கு அளிக்கவல்லது.

உயிர்களிடம் கருணை வளர்ந்தால் பர பீடனமாகிய பாவங்களை ஒருவன் செய்வதில்லை அவன் தீய பலன்களை அடைவதில்லை, பாவங்களைச் செய்பவன் பாவப்பலனை அனு-பவித்தாக வேண்டி இருக்கும் அந்த பாவங்களே அவன் ஞானமடைய தடைகளாகிவிடு-கின்றன.

மேற்குறிப்பிட்ட குணங்களை அருள்வதன் மூலம் ஸம்ஸாரக்கடலிலிருந்து ரக்ஷிக்கவேண்-டும் என்று ஆதி சங்கரர் பிரார்த்திக்கிறார். இந்த குணங்களை கொண்டவன் நிச்சயம் விரை-விலேயே வீடுபேற்றை பெறுகிறான் என்பது சாஸ்திரம்.

2

ஷ்லோகம் 2

தி₃வ்யது₄நீமகரந்தே₃ பரிமலபரிபோ₄க₃ஸச்சிதா₃னந்தே₃ ।

ஸ்ரீபதிபதா₃ரவிந்தே₃ ப₄வப₄யகே₂த₃ச்சிதே₃ வந்தே₃॥ 2॥

தி₃வ்யது₄நீமகரந்தே₃ — திவ்ய நதியானகங்கையை தன் மகரந்தமாகக் கொண்ட

பரிமலபரிபோ₄க₃ஸச்சிதா₃னந்தே₃ — ஸத் (இருப்பு) சித் (உணர்வு) ஆனந்தம் ஆகிய-

வற்றைத் தன் நறுமணமாகக் கொண்ட

ஸ்ரீபதிபதா₃ரவிந்தே₃ ஸ்ரீயின் (லக்ஷ்மீ தேவியின்) பதியுடைய இரு திருவடித் தாமரை-

களை

ப₄வப₄யகே₂த₃ச்சிதே₃ - ஸம்ஸாரத்தின் பயங்களையும் துயரங்களையும் வெட்டி எறியும்

ஸ்வபாவமுடைய

வந்தே₃ — வணங்குகிறேன்

அன்வயம்:

தி₃வ்ய-து₄நீ-மகரந்தே₃

பரிமல-பரிபோ₄க₃-ஸச்சிதா₃னந்தே₃

ப₄வப₄ய-கே₂த₃-ச்சிதே₃

ஸ்ரீபதி-பதா₃ரவிந்தே₃ வந்தே₃

திவ்ய நதியான கங்கையை மகரந்தமாகக் கொண்ட, ஸத் சித் ஆனந்தம் ஆகிய பரம்-

பொருளின் நீங்காத தன்மைகளையே தன் நறுமணமாகக் கொண்ட பவபயங்களை (உலகியல்

வாழ்வின், பிறப்பு இறப்பு முதலிய துன்பங்களினால் ஏற்படும் பயங்களை) வெட்டி ஏறியகூ-

டிய ஸ்ரீபதியின் (லக்ஷ்மீ நாதனின்) இரு திருவடித்தாமரைகளை வணங்குகிறேன்.

இந்த ஷ்லோகத்தில் நாராயணர் ஸ்ரீபதி என்ற பெயரால் அழைக்கப்படுகிறார். பகவானு-

டைய திருவடிகள் தாமரைகளாகத் துதிக்கப்பட்டுள்ளன.

ஸ்ரீ: பராஸூக்தி: தஸ்யா: பதி:

ஸ்ரீ என்பது பராஷக்தி (இறைவனின் மாயையான ப்ரக்ருதி) அவளை ஆள்பவர்

அவளது நாயகர் என்பதால் ஸ்ரீபதி

ஸ்ரீ என்பது லக்ஷ்மீ தேவியின் மற்றொரு பெயர். நாராயணர் லக்ஷ்மியின் பதி என்பதால்

ஸ்ரீபதி

நாராயணனின் திருவடித்தாமரைகள் இரண்டின் மகரந்தம் அந்த திருவடிகளில் உள்ள கங்கை நதியே ஆகும். கங்கை ஞானத்தின் வடிவம். ஞானமே இறைவனின் பாதத்தின் சாராம் அதனால் அதுவே தாமரையின் இனிய ஸாரமாகிய மகரந்தம்.

இந்த தாமரையின் பரிமளம் (நறுமணம்) ஸத் சித் ஆனந்தம் ஆகிய இறைத்தன்மைகளே ஆகும். எப்படி ஒரு மலரின் மணம் நம்மை ஈர்க்கிறதோ அது போல் இந்த இறைத்-தன்மைகள் நம்மை இறைவனின் திருவடியில் ஈடுபடச் செய்கிறது. நுகர்பவன் மணத்தை அனுபவிப்பதைப் போல இறை ஞானம் பெறுபவன் இறைவனின் இந்த சச்சிதானந்தத்தை அனுபவிக்கிறான். ஒரு மலரின் ஏற்றம் அதன் மணம் அதுபோல் இந்த இறைத்தன்மைகள் இறைவனுக்கு மட்டுமே உரித்தான பெருமை ஆகும்.

ஞானமே ஸம்ஸாரத்தை ஒழிக்கவல்லது அந்த ஞானமே இறைவனின் திருவடிகள். அந்த ஞானத்தின் ஊற்றே கங்கை. இறைவனின் திருவடிகளில் பணிந்து நாம் தலை வைத்தால் அந்த ஞானமானது நம்மேல் பொழிந்து ஸம்ஸாரத்தின் அனைத்து பயங்களும் துன்பங்களும் களையப்படுகிறது. அப்படிப்பட்ட திருவடித்தாமரைகளை வணங்குகிறேன் என்று ஆசார்யர் கூறுகிறார்.

இந்த ஷ்லோகத்திற்கு ஏழாவது ஷ்லோகத்தோடு தொடர்பு உண்டு. இந்த ஷ்லோகத்தில் இறைவனின் திருவடிகள் தாமரையாக பாடப்பட்டுள்ளன. ஏழாவது ஷ்லோகத்தில் முகம் தாமரையாகப் பாடப்பட்டுள்ளது. சாதகனுடைய மனது வண்டாகும் இறைவனின் முகம் தாம-ரையாகும் திருவடிகளும் தாமரைகளாகும். ஆசார்ய ஷங்கரர் மனமாகிய வண்டு உன் திரு-முகத்தமரையிலும் மகிழ்ந்து அந்த அழகின் சுகத்தை அனுபவித்துக்கொண்டே எப்போதும் அதிலேயே ஈடுபட்டு இருக்க அருள வேண்டும் என பிரார்த்திக்கிறார்.

3

ஷ்லோகம் 3

ஸத்யபிபே₄தா₃பக₃மே நாத₂ தவாஹம் ந மாமகீநஸ்த்வம் ।
ஸாமுத்₃ரோ ஹி தரங்க:₃ க்வசன ஸமுத்₃ரோ ந தாரங்க:₃ ॥ ३॥

பே₄தா₃பக₃மே ஸத்யபி — பேதம் நீங்கும்போதிலும் , நீயும் (இறைவனும்) நானும் (ஜீவனும்) இரண்டல்ல என்று உணர்ந்த போதிலும்

நாத₂ — தலைவனே

தவாஹம் — நான் உன்னுடையவன்

ந — இல்லை

மாமகீநஸ்த்வம் — எனக்கு கட்டுப்பட்ட , எனக்கு உரிமையான

ஸாமுத்₃ரோ — சமுத்திரத்திலிருந்து உருவானது

ஹி — தான்

தரங்க:₃ — அலை

க்வசந — எங்குமே

ஸமுத்₃ரோ — கடல்

ந — இல்லை

தாரங்க:₃ — அலையிலிருந்து தோன்றியது

அன்வயம்:

நாத₂ பே₄தா₃பக₃மே ஸத்யபி தவாஹம் மாமகீநஸ்த்வம் ந
தரங்க:₃ ஸாமுத்₃ரோ ஹி க்வசந ஸமுத்₃ரோ தாரங்க:₃ ந (ப₄வதி)

நாதரே தங்களுக்கும் எனக்கும் பேதம் நீங்கிய பிறகும் (நாம் இரண்டல்ல என்று நான் உணர்ந்த பிறகும், நாம் இரண்டறக்கலந்த பிறகும்) நான் உங்களுடையவன் ஆனால் நீங்கள் எனக்கு உரிமையானவரல்ல அதாவது எனக்கு கீழ்பட்டவரல்ல. எங்குமே அலை கடலிலிருந்து தோன்றி கடலில் மறையக்கூடிய கடலின் ஒரு சிறிய பாகம். கடலோ அலையிலிருந்து தோன்றி அலையில் சென்று மறைவதில்லை. ஆனால் அலையும் கடலும் பிரிக்கப்படமுடியாதது இரண்டும் நீர் என்ற முறையில் ஒன்றே. ஆனால் கடலியே தான் அலை சென்றடங்குகிறது அதுபோல் நான் உங்களுக்குள் அடங்கி ஒன்றாகிறேன்.

இந்த ஷ்லோகத்தில் இறைவன் நாத என்றழைக்கப்படுகிறார்.

நாத்₂யதே யாச்யதே ஸர்வை: இதி நாத:₂

அனைவராலும் தன் கோரிக்கைகளும் ஆசைகளும் நிறைவேறுவதற்காக யாசிக்கப்படுபவர், இறைஞ்சி வேண்டப்படுடவர்.

ஶாஸ்தி ஸர்வம் இதி நாத:₂

அனைத்தையும் ஆள்பவர் கட்டுப்படுத்துபவர், வழிநடத்துபவர் சாசனம் செய்பவர்.

ஈஷ்ட: இதி வா

ஆராதிக்கப்படுபவர் , வழிபடப்படுபவர்

இந்த ஷ்லோகம் மிக முக்கியமானது. ஆசார்ய ஆதி சங்கர பகவத்பாதர் அத்வைத சித்தாந்தத்தில் பக்தியின் பங்கையும் பக்தியை பற்றிய அத்வைத சித்தாந்தத்தின் நிலைப்பாட்-டையும் மிகத் தெளிவாக கூறுகிறார், ஞானத்திற்கும் பக்திக்கும் உள்ள பிரிக்கப்படமுடியாத தொடர்பையும் சுட்டுகிறார். இந்த ஷ்லோகத்தின் ஆழ்ந்த பொருளை பதம் பதமாகக் காண்-போம்.

ஸத்யபி பே₄தா₃பக₃மே

'ஸத்யபி' என்பது மிக முக்கியமான ஒரு பதம் அதன் பொருளை 'ஏற்பட்ட போதிலும்' என்று விளக்கலாம்.

பே₄தா₃பக₃மம் என்றால் பேதம் அறவே நீங்குதல். இங்கு நாம் புரிந்துகொள்ள வேண்டி-யது ப்ரம்ஹத்திற்கும் நமக்கும் (ஆத்மாவிற்கும்) ஒரு பேதமும் எப்போதுமே இல்லை. இங்கு பேதம் நீங்குதல் என்பது பேதமில்லை என்ற அறிவை ஞானத்தை உணர்தலை குறிக்கி-றது. இந்த சாஸ்வதமான உண்மையை புரிந்துகொள்வதையே குறிக்கிறது. பேதம் என்பது உண்மையில் கிடையவே கிடையாது அது இருப்பதாக நம்பும் அறியாமை நீங்குவதே இங்கு பேதம் நீங்குவது என்ற சொல்லால் உணர்த்தப்படுகிறது. இந்த சொல்லைக் கொண்டு ஒரு காலத்தில் பேதம் இருந்தது என்றும் அது அகன்றது என்றும் புரிந்து கொள்ளல் பிழை-யாகும். பேதம் என்றுமே இல்லை என்ற பேருண்மையை அறியும் காலமே பேதம் நீங்கும் காலம்.

தவாஹம் ந மாமகீநஸ்த்வம்

பேதமற்ற அந்த நிலையிலும் நான் உன்னவனாகிறேன் நீ எனக்கு உரிமையானவனாவ-தில்லை. இங்கு உரிமையானவனாவதில்லை என்ற சொல் இறைவன் நம்மவனல்ல என்று பொருட்படாது. இறைவன் நம்மக்கு கட்டுப்படுவதில்லை, பந்தப்படுவதில்லை, அடங்குவ-தில்லை என்ற பொருளையே நமக்குரிமையாவதில்லை என்ற சொல் உணர்த்துகிறது.

இந்த இடத்தில் ஒரு கேள்வி எழுவது மிகவும் சகஜம். இறைவனும் நானும் ஒன்றென்ற உண்மையை உணர்ந்த பிறகு இறைவனை ஏன் கட்டுப்படுத்த முடியாது? நான் என்னைக் கட்டுப்படுத்த முடியாதா என்ன? என்ற கேள்வி தான் அது.

தனக்கும் கடவுளுக்கும் உள்ள அபேதம் உணரப்படும் போதே தான் என்ற அகந்தையை நினைப்பை அந்த நீக்கமற நிறைந்த ஆத்ம தத்துவ ஸ்வரூபியான இறைவனிடம் ஒப்புவிக்-கிறோம். அதுவே ஆத்மானுபவத்திற்க்கான ஒரே வழியாகும். தான் என்ற ஜீவபாவத்தோடி-ருக்கும் ஆத்மா தனக்கும் ப்ரம்ஹத்திற்கும் உள்ள அபேதத்தை புரிந்து கொள்ளும் கணமே அது அகண்டமான ப்ரம்ஹத்தில் இரண்டறக் கலந்து விடுகிறது.

இறைவனோடு இரண்டற கலந்து நிற்றல் என்பது தனது ஜீவ பாவத்தை இழந்து தன்னிழப்பின் காரணமாக ப்ரம்ஹத்தோடு பிரிவற்றிணைதல். இந்நிலையில் இறைவனைக் கட்டுப்படுத்த வேண்டும் என்று எண்ணம் பொய்மையான நான் என்ற நிலை மிஞ்சுவதே இல்லை ப்ரம்ஹம் மட்டுமே மிஞ்சி நிற்கிறது.

ஸாமுத்₃ரோ ஹி தரங்க:₃ க்வசந சமுத்₃ரோ ந தாரங்க:₃

ஜீவனே ப்ரம்ஹத்தில் ஒடுங்குகிறது என்பதை ஒரு உதாரணத்தோடு ஆதி சங்கர பகவத் பாதர் விளக்குகிறார்.

ஒரு அலை கடலிலிருந்து தோன்றுகிறது, கடலின் ஒரு பகுதியாக இருக்கிறது கடலிலேயே சென்று ஒடுங்குகிறது. கடல் அலையில் என்றும் ஒடுங்குவதில்லை. ஒரு அலையிலிருந்து கடல் தோன்றுவதும் இல்லை. அதே போல் ஜீவன் ப்ரம்ஹத்தில் ஒடுங்குகிறது. ப்ரம்ஹம் அகண்டமானது. அது அனைத்திலும் பரந்து விரிந்து நீக்கமற நிறைந்த தத்துவம் அதிலே அனைத்தும் ஒடுங்குகிறது. அனைத்து அலைகளும் கடலில் ஒடுங்குவார்போல்.

இந்த உதாரணத்தைக் கொண்டு பக்தி உபாசனை மற்றும் சரணாகதியின் முக்கியத்துவத்தை உணர்த்துகிறார்.

4

உத்3த்4ருதநக3 நக3பி4த்3நுஜ த3நுஜகுலாமித்ர மித்ரஸஸரித்3ருஷ்டே ।
த்3ருஷ்டே ப4வதி ப்ரப4வதி ந ப4வதி கிம் ப4வதிரஸ்கார: ॥ ௪॥

உத்3த்4ருதநக3 — மலையைத் தூக்கி பிடித்தவரே

நக3பி4த்3நுஜ — மலைகளை உடைத்தெறிந்தவனுடைய (இந்திரனுடைய) தம்பியே

த3நுஜகுலாமித்ர — தானவர்களின் குலத்திற்கு நண்பனாகாதவனே

மித்ரஸஸரித்3ருஷ்டே — சூரியனையும் சந்திரனையும் பார்வையில் கொண்டவனே

த்3ருஷ்டே — கண்ட பிறகு

ப4வதி — தங்களை

ப்ரப4வதி - எழ

ந ப4வதி — நடக்காதா

கிம் — என்ன

ப4வதிரஸ்கார: - உலக வாழ்கையின் மறுப்பு, துறவு.

உத்3த்4ருதநக3 நக3பி4த்3நுஜ த3நுஜகுலாமித்ர மித்ரஸஸரித்3ருஷ்டே
ப்ரப4வதி ப4வதி த்3ருஷ்டே ப4வதிரஸ்கார: ந ப4வதி கிம்

மலையைத் தூக்கி பிடித்தவரே, மலைகளை உடைத்தெறிந்தவரின் இளைய சகோதரரே, அரக்கர்களுடன் நட்புகொள்ளாதவரே, சூரியனையும் சந்திரனையும் கண்களாகக் கொண்ட-வரே தாங்கள் எழுவதைக் கண்ட கணமே உலகியல் வாழ்கை முக்கியத்துவத்தை இழந்து போகாதா? அது துறக்கப்படாதா? திரஸ்கரிக்கப்படாதா. (மறுக்கப்படாதா)

உத்3த்4ருதநக3

நக3 என்ற சொல்லுக்கு மலை என்று பொருள். உத்3த்4ருத என்றால் தூக்கி பிடித்த. நாராயணர் கிருஷ்ணனாக அவதரித்த போது இந்திரனின் கோபத்தால் உருவாக்கப்பட்ட ஊழிக்கால மழையிலிருந்து பிருந்தாவனவாசிகளைக் (மக்களையும், பசுக்கூட்டங்களையும்) காக்க ஏழு நாட்கள் கோவர்த்தன மலையை தன் சுண்டு விரலால் உயர்த்தி குடையாகப் பிடித்தார். அந்த லீலையே இந்த நாமத்தால் ஸ்மரிக்கப்படுகிறது.

நக3பி4த்3நுஜ

நக3பி4த் என்றால் மலைகளை உடைத்தெறிந்தவன். தேவராஜனான இந்திரன் மலைக-ளுக்கு சிறகுகள் இருந்த காலத்தில் அவை மக்களுக்குத் தொல்லை பல செய்து இங்கும் அங்குமாக பறந்து எங்கு வேண்டுமோ தரையிறங்கிய காரணமாக பெருத்த உயிர்ச்சேதம் ஏற்-பட்டுக்கொண்டிருந்தது. இந்திரர் மக்களுடைய இன்னல் தீர்க்க மலைகளோடு போர் செய்து

சிறகுகளை வெட்டி வீசினார். (இந்தக் கதை வால்மீகி ராமாயணத்தின் சுந்தர காண்டத்தில் விவரிக்கப்பட்டுள்ளது)

நாராயணர் அதிதி காஷ்யபரின் வேண்டுதலுக்கு இறங்கி அவர்களது பிள்ளயாக வாமனனாக அவதரித்தார் பலிச் சக்ரவர்த்தியிடம் மூன்றடி மண் யாசித்து மூவுலகங்களையும் மீட்டார். அதனால் வாமன மூர்த்தி இந்திரனின் தம்பியாக போற்றப்படுகிறார்.

த₃நுஜகுலாமித்ர

த₃னு புத்ரர்களின் எதிரியே, இங்கு த₃னுவின் பிள்ளைகள் எனக்குறிப்பிடப்பட்டாலும் பொதுவாக அனைத்து அரக்கர்களையும், தீய சக்திகளையும் குறிக்கிறது.

அமித்ர என்றால் நட்பற்றவன் என்று பொருள். அதற்கு எதிரி என்ற பொருளை நாம் எடுத்துக்கொள்கிறோம்.

இறைவனுக்கோ நண்பன் எதிரி என்று யாரும் கிடையாது விருப்பு வெறுப்பும் கிடையாது அப்படி இருக்க இச்சொல் எதைத் தெரிவிக்கிறது என்றால் அவர் அரக்கர்களின் தீய செயல்களையும் தீய எண்ணங்களையும் ஆதரிப்பதில்லை. அவர்களின் அச்செயல்களை தூண்டுவதும் இல்லை என்பதையே கூற வருகிறது.

அரக்கர்கள் விஷ்ணுவைத் தன் எதிரியாகக் காண்கின்றனர். அதனால் விஷ்ணு அரக்-கரின் எதிரி என்று கூறப்படுகிறார். இங்கு விரோதமானது விஷ்ணுவிற்கில்லை. அது அரக்-கர்களின் பார்வை. இறைவன் அவர்களைக் கொல்லும்போது கூட அவர்களைப் பாவங்க-ளிலிருந்தும் அரக்க உருவம் மற்றும் ஸ்வபாவத்திலிருந்தும் விடுவித்து மோக்ஷமளிக்கிறார். அச்செயலில் எந்த வெறுப்புணர்வும் விரோதமும் இல்லை. அது உலக நன்மைக்காகவும் அந்த ஜீவன்களின் நலனுக்காகவும் செய்யப்படும் செயலேயாகும்.

மித்ரஸஸஸித்₃ருஷ்டே

மித்ர என்பது சூரியனை குறிக்கும் பெயர். ஸஸஸிளன்பது சந்திரனைக் குறிக்கிறது. த்₃ருஷ்டே என்றால் பார்வையாய் உடையவரே

இந்த உலகம் முழுமையும் ஸ்ரீமந்நாராயணனின் வடிவமே. அவரை விஸ்வரூபமாக (உலக வடிவமாக) காணும்போது, உலகத்தின் வெவ்வேறு அம்சங்களை அவரது அங்கங்-களாக த்யானிக்கும் போது உலகங்களுக்கு ஒளி தரும் சூரியனையும் சந்திரனையும் அவரு-டைய கண்களாக காண்கிறோம் அதனால் அவர் மித்ரஸஸஸித்₃ருஷ்டி என்று போற்றப்படுகி-றார்.

இன்னொருசுவாரஸ்யமான அர்த்தம் மித்ரர்களிடம் தன் நிலவொளியொத்த குளுமையான பார்வையைச் செலுத்தி ஆனந்திக்கச் செய்பவர்.

முன்பே கூறியது போல் இறைவனுக்கு நண்பனோ எதிரியோ கிடையாது அவர் சமமா-னவர். இங்கு இறைவனின் மித்ரர்கள் என்று குறிப்பிடப்படுபவர்கள் தார்மிகர்களாக வாழும் நல்லோர்கள், சான்றோர்கள். உலகத்திற்கு நலம் சேர்ப்போர், கடவுளின் தர்ம ஸம்ஸ்தாபனத்-திற்கு தன்னால் இயன்ற பங்கை ஆற்றுவோர். அப்படிப்பட்ட பக்தர்களையும் தார்மீகர்-களையும் இறைவன் கருணைமிக்க கடைக்கண் திருவருட்பார்வையால் குளிர்விக்கிறார்.

இறைவனுடைய திருவாக்கான சாஸ்திரங்கள் விதித்தபடி வாழ்கையை நடத்தி இறை-வனிடமும் அவனுடைய ரூபமான உலகத்திடமும் ப்ரியம் செய்வோர் இறைவனின் நண்பர்கள் என்று அழைக்கப்படுகின்றனர்.

த்₃ருஷ்டேப₄வதி ப்ரப₄வதி

'நீங்கள் எழுவதைக் காணும்போது' என்ற சொற்றொடரின் மூலம் ஆதிஷங்கரர் இறைவன் நம் முன் தோன்றும்போது ஏற்படும் எண்ணங்களைக் குறித்து சங்கேதம் செய்கிறார். இங்கு எழுதல் எனனும் வார்த்தை மிக முக்கியத்துவம் வாய்ந்தது.

இறைவனை பல விதங்களில் நம்மால் தரிசிக்கமுடியும். தியானத்தில் மூலமாக மனதை ஒருநிலைப்படுத்தி அவருடைய திருவழகை அங்கம் அங்கமாக கண்டு மகிர்ழ்ந்து அதிலேயே ஆழ்ந்து அந்த இன்பத்தில் உலகத்தையே மறந்து அனைத்தையும் ஒதுக்கி அவர் அழகாகிய அமுதத்தையே விடாது பருகிக்கொண்டு அந்த இன்பத்தில் அவரைத் தவிர எதையும் நினையாது இருக்கும் நிலையே இறைவன் முழுமையாக நம் மனதில் எழு\ச்சி கொண்டு நம் மனதை ஆட்கொண்டு நம்மில் நிறைந்து வெளிப்படும் ஆனந்த நிலை. அதையே 'நீங்கள் எழுவதைக் கண்ட பிறகு' என்று சங்கரர் குறிப்பிடுகிறார். அவர் இப்படி நம் மனம் முழுவதும் நிறைந்த பிறகு உலகமும் உலகியல் வாழ்வும் தானாகவே ஒதுக்கப்பட்டு நாராயணரைத்தவிர எதையம் அனுபவிக்கும் எண்ணம் அற்று அதிலேயே மூழ்கி இருக்கிறோம் இதையே ஆசார்யர் 'பவ திரஸ்காரம்' என்கிறார்.

இறைவனைக் காண இன்னொரு வழி காண்பதும் கேட்பதும் நுகர்வது மொழிவதும் உணர்வதும் செய்வதும் அனைத்துமே நாராயணனே தவிர வேறில்லை என்ற பேருண்மையை உணர்ந்து அந்த அனுபவத்தில் நிற்பது. இந்நிலை இறைவனின் எழுச்சி. அனைத்தும் அனைவரும் எல்லாமும் இறைவன் தவிர வேறில்லை என்ற அனுபவம் இந்த ப்ரம்ஹானுபவத்தை அடைந்தவன் ஜீவன்முக்தன் தானுமில்லை ஜகமுமில்லை இறைவனன்றி எதுவுமில்லை என்ற நிலையைத் திண்ணமாகக் கண்டுணர்ந்து அந்த உணர்வில் நிலை நின்றவன் உலகு என்றொன்றை காண்பதே இல்லை அதனால் அவனுக்குலகியலும் உலகவாழ்வுமில்லை அவன் உலகில் இருப்பார்போல் தோன்றினும் அவன் வீடுபேறு பெற்ற பரம்பொருளோடிரண்டற ஒன்றியவன்.

ந ப₄வதி கிம் ப₄வதிரஸ்கார:

ப₄வதிரஸ்காரம் என்பது ஸம்சாரத்தை (உலகியல் வாழ்கை, உலகம், பிறப்பு இறப்பு முதலிய துன்பங்கள்) ஒதுக்கி தள்ளல். உண்மையாக அது சம்சாரத்தின் மீதுள்ள வெறுப்பாலோ அதன் துன்பங்களைப்பற்றிய அறிவாலோ நடப்பதில்லை. இறைவன் மீது கொண்ட மட்டற்ற அன்பால் மட்டுமே அது நடக்கக்கூடும். உலகம் முழுமையையும் நாம் வாசுதேவராக விஷ்ணுவாகக் காண்கையில் நாம் இப்போது காண்பதைப்போல் அதை ஒரு மாயையும் குழப்பமும் துன்பமும் நிறைந்த ஒன்றாகக் காண்பதில்லை. அனைத்தையும் இறைவனாக உணரும் நிலையில் லௌகிகர்கள் உலகைக் காண்பதைப் போல் காண்பதில்லை.

ஆதி சங்கரர், இறைவனின் மீது மேலிட்ட காதலால் உலகம் தானாகவே ஒதுக்கப்படுகிறது என்கிறார்.

5

ஷ்லோகம் 5

மத்ஸ்யாதி₃பி₄ரவதாரைரவதாரவதா5வதா ஸதா₃ வஸுதா₄ம் ।
பரமேஸ்வர பரிபால்யோ ப₄வதா ப₄வதாபபீ₄தோஹம் ॥ ௫॥

மத்ஸ்யாதி₃பி₄: - மீன் முதலான
அவதாரை: - அவதாரங்களால்
அவதாரவதா —— அவதரித்த தங்களால்
அவதா —— ரக்ஷிக்கப்பட்டாள்
ஸதா₃ எப்பொழுதும்
வஸுதா₄ம் —— பூமி
பரமேஸ்வர —— பரமேஸ்வரரே
பரிபால்ய: - ரக்ஷிக்கப்படவேண்டியவன்
ப₄வதா —— தங்களால்
ப₄வதாபபீ₄தோஹம் —— ஸம்சார தாபத்தினால் பயந்த (பீதியுற்ற) நான்
அன்வயம்
பரமேஸ்வர மத்ஸ்யாதி₃பி₄ரவதாரை: அவதாரவதா ஸதா₃ வஸுதா₄ம் அவதா
ப₄வதா ப₄வதாபபீ₄த: அஹம் பரிபால்ய:

பரமேஸ்வரரே மச்சம் முதலிய அவதாரங்களைத் தாங்கி தங்களால் பூமி எப்போதுமே காக்கப்பட்டது அப்பேர்ப்பட்ட தங்களால் பவதாபத்தைக் கண்டு அஞ்சும் நானும் காக்கப்படவேண்டும்.

இந்த ஷ்லோகத்தில் இறைவன் பரமேஸ்வர என்று அழைக்கப்படுகிறார்.

பரமஃஸாஸௌ ஈஶநஶீலஃஸேதி

பரமமானவர் (மிகப்பெரியவர் உயர்ந்தவர், ஈஷ்வரர் (அனைத்தையும் ஆள்பவர்) திவ்ய ஐஸ்வர்யங்கள் (சக்திகள்) மிக்கவர்.

ஸமம் ஸர்வேஷு பூ₄தேஷு திஷ்ட₂ந்தம் பரமேஸ்வரம்

- ப₄க₃வத்₃கீ₃தாயாம்

பகவத் கீதையில் ஸ்ரீகிருஷ்ணர் ஈஸ்வரர்களளான தேவர்களுக்குள் பரமமான (பரமேஸ்வரனான) நான் எல்லா பூதங்களிலும் (ஜீவன்களிலும்) சமமாக வியாபித்து நிற்கிறேன். என்று கூறுகிறார்.

ஆதி சங்கர பகவத்பாதர் பரமேஸ்வர என்று இறைவனை அழைக்கிறார். பவக்கடலிலிருந்து காப்பாற்ற வேண்டுகிறார். இங்கு இந்த நாமத்தைப் பயன்படுத்துவதற்கான முக்கியத்துவம் உண்டு. தாங்கள் பரமேஸ்வரர் ஈஸ்வரர்களுள் பெரியவர் சிறந்தவர். அனைத்து ஈஷ்வரர்களுக்கும் மேலான ஈஷ்வரர். தலைவர்களுக்கெல்லாம் தலைவர். எனக்கும் தலைவர், என்னையும் ஆள்பவர். என்னைக் காக்கும் பொறுப்பும் தங்களுடையதே. ஏனெனில் ரக்ஷிப்பது தங்கள் ஸ்வபாவமாகும்.

ஒ பகவானே தாங்கள் பல அவதாரங்களை எடுத்து இப்புவியை காத்துள்ளீர். தங்கள் அவதாரங்களுக்கு ஒரு அளவோ தங்கள் லீலைகளுக்கு ஒரு எல்லையோ இல்லை. பகவானின் அவதாரங்களின் கதைகள் புராணங்களிலும் இதிகாசங்களிலும் பலவாறு வர்ணிக்கப்பட்டுள்ளது. விஷ்ணு புராணமும் ஸ்ரீமத்பாகவத புராணமும் மிகவும் விரிவாகவே வர்ணிக்கிறது.

ஐயா தாங்கள் எல்லா உயிர்கள்மீதும் கொண்ட காரணம் கடந்த அளவிலாப்பெருங்கருணையின் எடுத்துக்காட்டே தாங்கள் எடுத்த அவதாரங்கள். தாங்கள் கருணை கொண்டு ஸம்ஸார துக்கங்களை எண்ணி பயந்திருக்கும் என்னை காக்க வேண்டும்.

'ப₄வதாபபீ₄தோஹம்' என்ற சொல் காக்கவேண்டும் என்ற பிரார்த்தனை ஜீவன்முக்திக்கான பிரார்த்தனையே என்பதை விளக்குகிறது. பவக்கடலின் மீது கொண்ட பயம் என்பது ஒரு முமுக்ஷுவான (மோக்ஷமடைய எண்ணும்) சாதகனுக்கு வேண்டிய முக்கியத்தகுதியாகும். உலகில் நிலையாமையையும் அதன் துன்பங்களையும் உணர்ந்த சாதகனே உண்மையான ஞானத்தை தேடிப்பெறுகிறான்.

இவ்வாறாக ஸம்ஸாரத்தின் நிலையாமையை உணர்ந்த சாதகன் குருவை ஆஷ்ரயித்து குருவாக்கியத்தின் மூலமும் சாஸ்திர வாக்கியங்களின் மூலமும் உலகம் ப்ரம்ஹத்திலிருந்து வேறுபட்டதல்ல என்று உணர்ந்துகொள்கிறான். இந்த உலகத்தில் காணப்படும் வெவ்வேறு உருவங்களும் பயன்படுத்தப்படும் பல்வேறு பெயர்களும் அனைத்தும் மாயயே. வாஸ்தவத்தில் உள்ளது ப்ரம்ஹம் தவிர வேறில்லை. இந்த சத்தியத்தை சாஸ்திர அறிவாலும் குருவின் உபதேஷத்தாலும் அறிந்துகொண்ட சாதகனுக்கு அந்த சத்தியத்தை இடை விடாது உணர்ந்து அனுபவிக்கவேண்டும் என்ற பெரும் வேட்கை உண்டாகும். சாஸ்திரத்தினாலும் அதன்மேல் கொண்ட அளவுகடந்த ஷ்ரத்தையினாலும் தெளிவாக புரிந்துகொண்ட பிறகும் அது அனுபவத்தில் சித்திக்கவில்லையே என்ற ஆறாத தவிப்பு கொண்டு பரம சத்தியத்தை அறிந்திருந்தும் கர்மாக்கள் காரணமாக உலக வாழ்க்கையில் விழுந்து ஆனால் சாஸ்திரத்தைக் கொண்டும் உண்மையான குருவின் அருள் மிகுந்த உபதேஷங்களினாலும் மீண்டும் தெளிந்து இப்படிப்பட்ட நிலையில் நீடிக்க எண்ணாது இறைவனின் திருவடிகளில் சரணடைந்து "பகவானே எனக்கு பூர்ண ஞானானுபவத்தை உருளி என்னை இந்த ஸம்ஸாரத்திலிருந்து கரை சேர்க்கவேண்டும் சாஸ்திரங்களினால் உண்மையை அறிந்திருந்தும் இடைவிடாத ஆத்மானுபவத்தில் திளைக்க இயலாத கர்மவசப்பட்ட ஜீவனான என் கர்மவினைகளை நீக்கி ஞான நிலையில் இருத்தி அருளவேண்டும்" என்று ப்ரார்த்தித்தலே தாங்கள் பவக்கட-

லிலிருந்து என்னைக் காக்கவேண்டும் என்று சாதகன் செய்யும் பிரார்த்தனையாகும். என்ன கேட்டும் என்ன கற்றும் தன்னிழப்பை அவனருளாலேயே பெற முடியும் என்றுணர்ந்த சாத-கன் அவரை சரணம் அடைந்து செய்யும் ப்ரம்ஹானுபவத்திற்கான பிரார்த்தனையே இது.

6

ஷ்லோகம் 6

தா₃மோத₃ர குண₃மந்தி₃ர ஸுந்த₃ரவத₃நாரவிந்த₃ கோ₃விந்த₃ ।

ப₄வஜலதி₄மத₂நமந்த₃ர பரமம் த₃ரமபநய த்வம் மே ॥ ६॥

தா₃மோத₃ர — அனைத்து உலகங்களையும் தன் வயற்றில் வைத்துக்காப்பவரே

குண₃மந்தி₃ர — நற்குணங்களுக்கு இருப்பிடமானவரே

ஸுந்த₃ரவத₃நாரவிந்த₃ — அழகிய தாமரையை ஒத்த முகமுடையவரே

கோ₃விந்த₃ — ஜீவன்களனைத்தையும் காப்பவரே, வேதாதி ஷாஷ்த்ரங்களால் ஏத்தப்படு-
பவரே

ப₄வஜலதி₄மத₂நமந்த₃ர — பவக்கடலை கடைந்தெடுக்கக்கூடிய மந்தர மலையே

பரமம் — மிகப்பெரிய

த₃ரம் — பயத்தை

அபநய — போக்கு

த்வம் — நீ

மே — என்னுடைய

அன்வயம்

தா₃மோத₃ர குண₃மந்தி₃ர ஸுந்த₃ரவத₃நாரவிந்த₃ கோ₃விந்த₃

ப₄வஜலதி₄மத₂நமந்த₃ர மே பரமம் த₃ரம் த்வம் அபநய

உலகங்களையெல்லாம் தன் வயற்றில் கொண்டவரே, நற்குணங்களின் வசிப்பிடமே ,
அழகிய திருமுகத்தாமரையுடையவரே, ஜீவன்களை ரக்ஷிப்பவரே, பவக்கடலைக் கடைகின்ற
மந்தர மலை போன்றவரே என்னுடைய மிகப்பெரிய பயத்தைப் போக்குவீராக.

தா₃மோத₃ர

த₃மாதி₃ ஸாத₄நேந உதா₃ரா உத்க்ருஷ்டா மதி: யா தயா க₃மயத இதி தா₃மோத₃ர:

தமம் முதலிய நற்குணங்களை பயில்வதன் மூலம் உயர்வடைந்த மனமும் அறிவும்
கொண்டு அடையப்படுபவர் என்பதால் தாமோதரர்.

த₃மாத்₃தா₃மோத₃ரோ விபு₄:

- மஹாபா₄ரதே

""

தமம் என்கிற மன அடக்கத்தைத் பழகுவதால் அடையப்படுபவர். தமமே வடிவானதால் தாமோதரர் என்று அழைக்கப்படுகிறார். அவருக்கு அனைத்தும் அடங்கும். உள்ளும் புறமும் அடங்கும் அதனால் நம் மனத்தையுமடக்கவல்லவர். ஆதி சங்கரர் இந்த நாமத்தைக் கொண்டு பகவானை அழைப்பதால் இறைவனிடம் தமத்தை அருளும்படி வேண்டுகிறார். முழுமையான தமம் உடைய எதற்கும் சஞ்சலப்படாத இறைவனே சாதகர்களுக்கு தமத்தை அருள முடியும்.

தத₂ர்ఴசால்பத₃ந்தாப்₄யாம் ஸ்மிதஹாஸம் ச பா₃லகம்

தயோர்மத்₄யகத₃ம் பத்₄த₃ம் தா₃ம்நா கா₃ட₄ம் ததோ₂த₃ரே₃

தத₂ఴச தா₃மோத₃ரதா ஸ யயெள தா₃மப₃ந்த₄நாத்

– ப்₃ரஹ்மபுராணே

இரண்டு சிறிய பற்கள் மட்டுமே உள்ள வாயை கொண்டு சிரித்துக்கொண்டு இருக்கும் இரண்டு மரங்ககளிக்கு நடுவே உரலோடு இறுக்கமாக கயிற்றினால் கட்டப்பட்ட வயறோடு காட்சியளிக்கும் பாலகனைக் கண்டனர்

அந்த கணத்திலிருந்து கிருஷ்ணனுக்கு தாமோதரன் என்ற பெயர் வழங்கப்படுகிறது. வயற்றில் கையிற்றால் கட்டப்பட்டு காட்சி அளித்ததால்.

தாமோதரர் என்றால் அனைத்து தாமங்களையும் உலகங்களையும் தன் உத்தரத்தில் தாங்கிக் காப்பவர் என்று பொருள். பூரண ஞானத்தைப் பெறுவதற்கான முதற்படி படைப்புகளின் பின்னே படைத்த இறைவன் உள்ளான் என்று உணர்வதும் புரிந்துகொள்வதுமே ஆகும். உலகத்தைப் படைத்த இறைவன் ஒரு ஆலையில் உற்பத்திப்பொருள் உருவாக்கப்படுவதைப் போல படைக்கவில்லை, இறைவன் தன் படைப்புகளை தாய் போல் ஈன்றார். அவர் தாயைக் காட்டிலும் பெரும் பரிவுகொண்டு உலகங்களைக் காக்கிறார். அன்பு செலுத்துகிறார். இது இந்த நாமத்தின் மிக முக்கியமான பொருளாகும் அதனாலேயே ஆதி சங்கரர் இந்த நாமத்தைக் கொண்டு பகவானை அழைத்து ரக்ஷணைக்காக பிரார்த்திக்கிறார்.

எப்படி ஒரு சிலந்தி தன்னிலிருந்து உருவாகும் நூலைக்கொண்டு வலைகளைப்பின்னுகிறதோ அது அதனுடைய வலைகளை தன் இஷ்டப்படி தனக்குள் இழுத்துக் கொள்ளுமோ, அதேபோல் இறைவன் உலகங்களைத் தன்னைக்கொண்டே படைக்கிறார் அதை பத்திரமாகக் காக்கிறார் ப்ரளய காலத்தில் தனக்குள் லயம் செய்துகொன்கிறார். அப்படி சிலந்தி வலை சிலந்தியின் உள்ளேயே உள்ள சில வஷயன்களால் தயாராகிறதோ உலகமும் ப்ரம்ஹத்தா-லேயே ஆனது ப்ரம்ஹமே அதைப் படைக்கிறது. படைக்கப்படுகிற உலகமும் ப்ரம்ஹமே, அது திரும்ப ப்ரம்ஹத்திலேயே லயமாகிறது ப்ரம்ஹத்திலிருந்து வேறாக எதுவும் இல்லை. ப்ரம்ஹமும் உலகமும் வேறில்லை உலகம் அகண்டமான ப்ரம்ஹத்தின் ஒரு பகுதியே ஆகும்.

கு₃ணமந்தி₃ர

ஆதி சங்கராசார்யர் இறைவனை கு₃ணமந்தி₃ர என்று அழைக்கிறார். குணம் என்பது நற்குணங்களை குறிக்கிறது. மந்தி₃ரம் என்றால் வீடு, இருப்பிடம். இறைவன் அனைத்து நற்குணங்களின் இருப்பிடம் அதனால் அவர் கு₃ணமந்தி₃ர என்று போற்றப்படுகிறார். இந்தப் பெயரைக்கொண்டு இறைவனை அழைத்து ஞானமும் முக்தியும் பெறுவதற்கான தகுதியை அளிக்கும் எல்லா நற்குணங்களையும் அருள வேண்டுகிறார். இந்த நற்குணங்களை அடை-யாத ஒருத்தன் நல்ல குருவின் மூலம் உபதேஷிக்கப்பட்டாலும் ஞானத்தையும் பெற இயலு-

வதில்லை ஏனெனில் இந்த நற்குணங்கள் ஞானத்தை உணர கட்டாயமானவை. ஆதி சங்-கரர் கு3ணமந்தி3ர என்று இறைவனை கொண்டாடி சாதகனுக்கு வேண்டிய நற்குணங்கள் அனைத்தையும் அருள பிரார்த்திக்கிறார். அந்த குணங்கள் முதல் ஸ்லோகத்தை விவரிக்கும் போதே கூறப்பட்டது. ஆசார்யர் இந்த குணங்களுக்காக மீண்டும் மீண்டும் பிரார்த்திப்பதைக் கொண்டு இதன் முக்கியத்துவத்தை நாம் உணர வேண்டும்.

ஸுந்த3ரவத3நாரவிந்த3

தாமோதர குணமந்திர ஆகிய பெயர்கள் மூலம் இறைவனின் சிறப்புமிக்க குணங்களையும் அவர் படைத்து காக்கும் முறையையும் உணர்ந்து கொண்ட சாதகன் அவருடைய அழகை ரசிக்க ஆரம்பிக்கிறான். படைத்தவனின் அழகைப் படைப்புகளில் கண்டு மகிழ்கிறான். உலகம் என்பதும் இறைவனைத்தவிர வேறில்லை என்று உணர்ந்த ஸாதகன் அனைத்திலும் இறைவனைக் காணப் பயில்கிறான்.

இயற்கையின் எழிலிலும் தாயின் அன்பிலும் நீரின் தாகம் தணிக்கும் தன்மையிலும், நிலத்தின் நமக்காக இருப்பிடமாக விளைநிலமாக இருந்து நம்மை வாழ்விக்கும் கருணையி-லும் நம்மைத் தன்னில் தாங்கும் பொறுமையிலும் அனைத்து நன்மைகளிலும் சுகங்களிலும் இறை அழகைக் கண்டு போற்றுகிறான். அவனுக்கு என்றும் இறைவனின் முகமே காட்-சியளிக்கிறது அவன் அனைத்திலும் இறைவனின் அழகையும் புன்னைகையையும் கண்டு பூரிக்கிறான். இதையே இந்த நாமம் உணர்த்துகிறது. விஷ்ணுவை அனைத்திலும் தியானித்து அவர் முகத் தாமரையை ரசித்து அதில் ஆழ்ந்திருத்தலையே இந்த நாமம் சுட்டுகிறது.

கோ3விந்த3

நஷ்டாம் வை த4ரணீம் பூர்வம் அவிந்த3த் யத்3கு3ஹாக3தாம்
கோவிந்த இதி தேநாஹம் தே3வைர்வாக்3பி4ரபி4ஷ்டுத:
-மஹாபா4ரதே மோக்ஷத4ர்மே

முன்பொரு காலம் தொலைந்து போன பூமியை (ஹிரண்யாக்ஷனால் அபகரிக்கப்பட்ட) வராஹ அவதாரம் எடுத்து குகையில் மறைக்கப்பட்டிருந்ததை அறிந்து அதை மீட்டதால் கோவிந்தன் (கோ என்றால் பூமி விந்தன் என்றால் அதன் இருப்பிடத்தை அறிந்துகொண்-டவன்) என்று தேவர்களால் நான் துதிக்கப்பட்டேன். என்று மகாபாரதத்தில் உள்ள மோக்-ஷதர்மத்தில் ஸ்ரீ கிருஷ்ணர் கூறுகிறார்.

இந்த ஷ்லோகத்தில் தாமோதர, கோவிந்த ஆகிய நாமங்களால் இறைவனைப் போற்றி பிரார்த்திக்கிறார் ஆசார்யர்.

கெளரேஷா து யதோ வாணீம் தாம் ச விந்த்யதே பவாந்
கோவிந்தஸ்து ததோ தேவமுநிபி: கத்யதே பவாந்

- ஹரிவம்ஸே

கோ என்பது வாக்காகும். யார் அந்த வாக்கை முழுதும் அறிந்தவரோ அவர் தேவர்க-ளாலும் முனிவர்களாலும் கோவிந்தர் எனப்படுகிறார்.

வாக்கு என்று குறி'க்கப்படுவது வேதமாகும். அதன் எல்லையை யாரும் காணமுடியாது அதை முழுமையாய் அறிந்தவர் இறைவன் மட்டுமே ஏனெனில் வேதமும் அவரும் வேறில்லை.

கோவிந்த என்ற சொல் வராஹ அவதாரத்தைக் குறிக்கிறது. நாராயணர் அந்த அவதா-ரத்தை எடுத்து பூமியையும் வேள்விகளையும் தர்மத்தையும் ஜீவன்களையும் கொடிய அரக்-கர்கள் பிடியிலிருந்து மீட்டுக் காத்தார்.

இந்த நாமத்தால் பகவானை அழைப்பதன் மூலம் ஞான சாதனையின் போது ப்ரம்ஹா-னுபவத்தை அடையும் பாதையில் தனக்கு பாதுகாப்பு நல்கும்படி ப்ரார்த்திக்கிறார்.

தன்னுடைய லட்சியத்திலிருந்து மனம் சிதராதபடியும் தளராதபடியும் புலன்கள் கட்டுப்-பாட்டை மீறாதபடியும் இருக்க அருள் புரிய வேண்டுகிறார்.

தன் இலட்சியப்பாதையின் எல்லா தடைகளையும் நீக்கி ஆன்ம ஞானத்தை உணர்விக்க பிரார்த்திக்கிறார்.

கோவிந்த என்றால் வேதாதி சாஸ்திரங்களை நன்குணர்ந்தவர் என முன்னமே விளக்கப்-பட்டது. அப்படி சாஸ்திரங்களை நன்குணர்ந்தவராலேயே நமக்கு சாஸ்திர ஞானத்தை அரு-ளமுடியும் அதனால் ஆசார்ய சங்கரர் இந்த நாமத்தால் இறைவனைப் போற்றி வேதத்தால் போதிக்கப்படும் ஞானத்தை அவரிடம் வேண்டுகிறார்.

இறைவனின் ஒவ்வொரு பெயரும் ஒவ்வொரு முக்கியத்தன்மையையும் ஒவ்வொரு லீலையையும் சூசிக்கிறது. அந்த பெயரால் இறைவனைப் போற்ற நமக்கு அந்த நாமத்தால் உணர்த்தப்படும் தன்மைகள் அருளப்படுகின்றன.

நாராயணர் பரம்பொருள். அவர் பல வடிவங்களைத் தாங்கினாலும் ஒருவரே. ஒவ்வொரு அவதாரங்களைப் போற்றுதலும் நாராயனரையே சார்கிறது.

ப4வஜலதி4மத2நமந்த3ர

ஸம்ஸாரக்கடலைக் கடையும் மந்தர மலையே என்று இறைவன் கொண்டாடப்படுகிறார். அதுவும் என் பேரச்சத்தை போக்குவீராக என்று வேண்டுவதற்கு முன் இந்த நாமத்தால் போற்றப்படுகிறார். ப4வஜலதி4 என்றால் பிறப்பு இறப்பு முதலிய துன்பங்கலடங்கிய உலக வாழ்வு ஜலதி4 என்றால் கடல். ஸம்ஸாரமானது கடலோடு ஒப்பிடப்படுகிறது. கடல் பெருமீன்-களாலும் திமிங்கிலங்களாலும் முதலைகளாலும் நிறைந்தது. உலகம் மாயை, அதன் காரண-மாக ஏற்படும் மயக்கம், துன்பங்கள் நிலையாமை இவற்றால் நிறைந்தது. கடல் நீர் தாகத்-தைத் தனிப்பதில்லை. அது உவர்ப்பு கொண்டது. அதே போல் உலக சுகங்கள் நிலையான இன்பத்தை அளிப்பதில்லை எவ்வளவு பருகினாலும் (அனுபவித்தாலும்) அவை நிறைவு தருவதே இல்லை. கடல் வற்றுவதில்லை, ஸம்ஸாரமாகிற பிறப்பு இறப்பு என்ற சுழற்சியும் முடிவடைவதே இல்லை (ஞானம் பெற்றால் தவிர)

இறைவன் பாற்கடலைக் கடைந்த மந்தர மலையோடு ஒப்பிட்டுப் புகழப் படுகிறார்.

மந்தர மலை தேவர்களும் அசுரர்களும் சேர்ந்து அமுதத்திற்காக பாற்கடலைக் கடைந்த போது மத்தாகப் பயன்படுத்தப் பட்டது.

இறைவனை மத்தாகக் கொண்டு ஞான விசாரம், ஆத்மவிசாரத்தை கயிறாகக் கொண்டு (சாஸ்திர வாக்கியங்களை அடிப்படையாகக் கொண்டு செய்யப்படும் விசாரம் ஆலோசனை) ஜபம் முதலிய சாதனைகளையே கடைதலாகச் செய்ய ப்ரம்ஹஞானமாகிய அமுதத்தை அடைய முடியும். அந்த ஞானமே, தான் உடலல்ல புலன்களுமல்ல மனமுமல்ல தன் நிஜஸ்-வரூபம் ஆத்மாவே ஆகும் அது ப்ரம்ஹமே தவிர வேறில்லை. நான் நித்யமானவன். எனக்கு பிறப்போ இறப்போ துன்பங்களோ கிடையாது உடலின் துன்பங்களும் மனதின் சோகமும்

என்னைத் தொடுவதே இல்லை. நான் பரிபூரணமான உணர்வே வடிவானவன்.

தேவர்கள் பாற்கடலைக் கடைந்து அமுதத்தை அடைந்தது போல். பவக்கடலை அனைத்தும் ப்ரம்ஹம் தவிர வேறில்லை என்ற விசாரத்தால் கடைந்து ஸம்ஸாரத்தின் சார-மாகிய ப்ரம்ஹானுபவத்தை பெறுகிறோம். பெறுவது என்பது யாதெனில் ஸம்ஸாரம் என்று ஒன்றில்லை இருப்பது ப்ரம்ஹம் தவிர வேறில்லை என்று உணர்வதேயாகும்.

பரமம் து₂ரமபநய த்வம் மே

மேற்குறிப்பிட்ட நாமங்களால் நாராயணரைப் போற்றி என் பரம பயத்தைப் (பேரச்சத்தை) போக்குவீர் என்று வேண்டுகிறார்.

எது பயங்களில் பெரிய பயம்?

எது அனைத்து பயங்களுக்கும் மூல காரணமான பயமோ அதுவே மிகப்பெரிய பயமாகும், வேதாந்த சாஸ்திரம் அனைத்து பயங்களுக்கும் இங்கு பலவும் உள்ளது என்ற தொற்றமும் பாவனையுமே காரணம். என்று கூறுகிறது.

த்விதீயாத் வை பயம் பவதி

இரண்டாவது என்று ஒன்று இருந்தால் அதிலிருந்தே பயம் உண்டாகிறது.

ஒருவன் தன் ஆத்ம ஸ்வரூபத்திலிருந்து வேறாக எதுவும் இல்லை என்ற உண்மையை உணர்ந்தால் பயத்திற்கான காரணமே அற்றுப் போகிறது. தன்னைத் தவிர வேறில்லை என்ற நிலையில் எதைக் கண்டு அஞ்சுவது?

அனைத்தும் ப்ரம்ஹம் (ஆத்மா) என்று உணர்ந்தவன் எந்த விதமான பயமும் இன்றி சுகமாய் இருக்கலாம்.

மஹாபயய்த்தைப் போக்குங்கள் என்று பகவானை ஆதிசங்கரர் வேண்டுவதன் மூலம் அனைத்தும் ப்ரம்ஹமே என்ற தத்துவ ஞானத்தையும் அதன் அனுபவத்தையும் அருளும்படி வேண்டுகிறார்.

அந்த தூய ஞானத்தின் அனுபூதியே பரம பயத்திலிருந்து நம்மை விடிவிக்க வல்லது.

7

பிரார்த்தனையும் பலஷ்ருதியும்

नारायण करुणामय शरणं करवाणि तावकौ चरणौ ।
इति षट्पदी मदीये वदनसरोजे सदा वसतु ॥ ৩॥

நாராயண கருணாமய ஶரணம் கரவாணி தாவகௌ சரணௌ ।

இதி ஷட்பதீ₃ மதீ₃யே வத₃னஸரோஜே ஸதா₃ வஸது ॥ ৩॥

நாராயண —— அனைத்து உயிர்களுக்கும் அடைக்கலமாக (இருப்பிடமாக) திகழ்பவனே

கருணாமய —— கருணை வடிவானவரே

ஶரணம் —— அடைக்கலமாய்

கரவாணி —— செய்துகொள்கிறேன்

தாவகௌ —— தங்களுடைய

சரணௌ —— இரு திருவடிகளை

இதி —— என்ற

ஷட்பதீ₃ —— ஆறு சொற்களைக்கொண்ட தொடர்

மதீ₃யே —— என்னுடைய

வத₃னஸரோஜே —— தாமரை முகத்தில்

ஸதா₃ —— எப்பொழுதும்

வஸது —— வாழட்டும்

அன்வயம்

நாராயண கருணாமய தாவகௌ சரணௌ ஶரணம் கரவாணி

இதி ஷட்பதீ₃ மதீ₃யே வத₃னஸரோஜே ஸதா₃ வஸது

நாராயணரே (ஜீவன்களுக்கு அடைக்கலமாகத் திகழ்பவரே) கருணையே உருவானவரே, உங்கள் திருவடிகளை சரணம் செய்கிறேன் (ஷரணமடைகிறேன்) என்ற ஆறு சொற்களும் —— (நாராயண கருணாமய ஶரணம் கரவாணி தாவகௌ சரணௌ) எப்போதும் என் முகத்-தாமரையில் வசிக்கட்டும்.

நாராயனரே (ஜீவன்களுக்கு அடைக்கலமாகத் திகழ்பவரே) கருணையே உருவானவரே, உங்கள் திருவடிகளை சரணம் செய்கிறேன் (ஷரணமடைகிறேன்) என்று என் மனமாகிய வண்டு தங்கள் முகத்திலே எப்போதும் வசிக்கட்டும் தங்கள் திருமுகத்தியானத்தில் எப்போதும் ஈடுபட்டிருக்கட்டும்.

இவ்வாறு இரண்டு விதமாக புரிந்து கொள்ளலாம்.

இந்த ஸ்லோகத்தில் இறைவன் நாராயண என்ற பெயரால் அழைக்கப்படுகிறார்.

நர ஆத்மா ததோ ஜாதானி ஆகாஸாதீ,நி நாரானி கார்யாணி தானி அயம் காரணாத்மா வ்யாப்நோதி அதஸ்ச தானி அயநமஸ்யேதி நாராயண:

நர என்ற சொல்லால் ஆத்மா குறிக்கப்படுகிறது. அதிலிருந்து தோன்றிய ஆகாயம் முத-லிய ஐம்பெரும் பூதங்கள் 'நார' என்ற அழைக்கப்படுகின்றன அவைகளுக்கு காரணபூதனான ஆத்மஸ்வரூபியான பகவான் அந்த நாரங்கள் அனைத்திலும் வ்யாபிக்கிறார். ஆகையால் நாரங்கள் இவரது இருப்பிடமாகிறது (வசிப்பிடமாகிறது) அந்த காரணத்தினால் பகவான் நாராயணர் என்றழைக்கப்படுகிறார்.

நராணாம் ஜீவாநாம் அயநத்வாத் ப்ரலயே இதி

அனைத்து நரர்களுக்கும் (ஜீவன்களுக்கும்) ப்ரளய காலத்தில் இருப்பிடமாகத் திகர்ழ்பவர் அதாவது அனைத்து ஜீவன்களையும் தன்னில் ப்ரளய காலத்தில் லயம் செய்துகொள்பவர் என்பதால் நாராயணர் எனப்படுகிறார். ப்ரளயம் என்பது கூட முழு அழிவு இல்லை அதுவும் இந்த ஷ்ருஷ்டி சக்கரத்தின் சுழற்சியின் ஒரு பகுதியே ப்ரளய காலத்தில் லயமாகும் ஜீவன்கள், படைப்பின் காலத்தில் மீண்டும் பிறக்கின்றன. ப்ரளய காலத்தில் இறைவனிடம் ஒடுங்கி ஓய்வும் சக்தியும் பெற்று ஜீவன்கள் மீண்டும் உலகங்களில் பிறக்கின்றனர். ப்ரளயம் கூட இந்த இறப்பு இறப்பு சுழற்சியிலிருந்து விடுதலை தருவதில்லை. பூரண ஞானம் மட்-டுமே மோக்ஷத்திற்கு வழி.

ஆபோ நாரா இதி ப்ரோக்தா

ஆபோ வை நரஸூநவ:

தா யதஸ்யாயநம் பூர்வம்

தேந நாராயண: ஸ்ம்ருத:

-மநு ஸ்ம்ருதௌ

தண்ணீர் 'ஆப' என்று குறிக்கப்படுகிறது 'ஆப' என்று ஜீவன்களும் குறிக்கப்படுகின்றன அவை இரண்டும் இவருக்கு அயனம் (இருப்பிடம்) ஆதலால் இவர் நாராயணர் எனப்படு-கிறார். நாராயணர் முன்னர் உலகம் தொடங்குமுன் காரநோதகத்தில் (அனைத்திற்கும் கார-ணமான நீர் அந்த நீரிலிருந்தே அனைத்தும் தோன்றியது) சேஷ சயனத்தில் (அரவணை-யில்) பள்ளி கொண்டு தோன்றினார். அவர் எல்லா ஜீவன்களிலும் ஆத்மாவாக உள்ளார் அதனால் நாராயணர்.

அவரே ஜீவன்களுக்கு இருப்பிடமாகவும் உள்ளார் அவரே உலகமாய் இருப்பதால். அவரிடமிருந்தே எல்லாம் தோன்றி அவரிடமே ஒடுங்குவதால் அவர் நாராயணர் எனப்படு-கிறார்.

நாரம் என்றால் ஞானம் இறைவன் ஞானத்தைத் தன்னிருப்பிடமாகக் கொள்கிறார். அதனால் நாராயணர். அவர் ஞானத்தின் இருப்பிடமாக உள்ளார் அதனாலும் நாராயணர்

என்று துதிக்கப்படுகிறார்..

ஷட்பதீ என்ற வார்த்தை மூன்று பொருள்களை வெவ்வேறு நிலைகளில் உணர்த்துகிறது அவைகளை விரிவாகக்காண்போம்.

1.நாராயண கருணாமய பூரணம் கரவாணி தாவகெள சரணௌ என்கிற ஆறு சொற்கள் கொண்ட சொற்றொடர்.

பகவானே இந்த சொற்றொடரை நான் எப்போதும் நினைவில் கொண்டு ஜபித்துக்-கொண்டே இருக்கவேண்டும். இதை ஜபிப்பதன் மூலம் நாராயணரை அனைவருக்கும் அனைத்துக்கும் அடைக்கலம் என்றும் அவர் கருணையின் வடிவம் என்றும் அவரையே ப்ரபத்தி (சரணாகதி) செய்ய வேண்டும் என்றும் உணர்ந்து அவர் திருவடிகளில் சரணடை-கிறான். ஷரணடைவதன் மூலம் அவனுடைய அஹங்காரத்தை (தான் ப்ரம்ஹத்திலிருந்து வேறாக உள்ளேன் என்ற எண்ணத்தை) மெதுவே இழக்கிறான், தான் இறைவனிடமிருந்து வேறாய் இல்லை என்றுணர்ந்து அதை அனுபவிக்கிறான். அவர் திருவுளத்தாலேயே எல்-லாம் நடைபெறுகிறது. என்று புரிந்துகொள்கிறான். அவன் செய்பவனும் இல்லை, எதுவும் அவன் கட்டுப்பாட்டிலும் கிடையாது என்று அறிகிறான். சுகத்தையும் துக்கத்தையும் இறை-வனின் சங்கல்பம் என்று ஏற்கிறான். சுக துக்கங்களை சமமாக பாவிக்கிறான். அவனுடைய ஆனந்தம் சூழ்நிலைகளை சார்ந்து இருப்பதில்லை. அவன் இறைவனை முழுமையாய் நம்-புகிறான். தன்னை அவரிடமே ஒப்புவித்து கர்ம பந்தங்களிலிருந்து விடுதலை அடைந்து வாழ்கிறான். அவன் தீமைகள் செய்வதில்லை ஏனெனில் அவன் மூலம் இறைவனே செயல் புரிகிறார். அந்த பக்தனுக்கோ தன் செயல்களைப் பற்றிய பெருமிதமோ கருவமோ இருப்-பதில்லை. அதன் விளைவுகள் பற்றிய எதிர்பார்ப்பும் இருப்பதில்லை. ஷரணாகதியானது பக்தனை அத்வைத ஞானத்திற்கு கொண்டு செலுத்துகிறது. அவன் தன்னையுணர்கிறான் இறைவனை உணர்கிறான். வாழும்போதே பரமாத்மாவுடன் ஒன்றிவிடுகிறான்.

ஷட்பதீ என்ற சொல்லுக்கு மூன்று விதமான பொருள் உள்ளது எனினும் அம்மூன்றும் ஒன்றுக்கொன்று தொடர்புடையவை. அது ஒரே நிலையை அடையவே வழி செய்கிறது.

நாராயண கருணாமய பூரணம் கரவாணி தாவகெள சரணௌ என்ற சொற்றொடர் ஸ்ரீ-மந்நாராயணசரணௌ பூரண॰ ப்ரபத்₃யே என்ற மந்திரத்தை மறைமுகமாகச் சுட்டிக்காட்டுகி-றது.

இது சரணாகதியை விளக்குகிறது.

பகவானே இந்த ஆறு சொற்களைக்கொண்ட சொற்றொடர் எப்போதும் என் முகத்தாம-ரையில் வசிக்கட்டும் என்று பிரார்த்திக்கிறார் அதாவது இந்த சொற்றொடரை (மந்திரத்தை) எப்போதும் நான் வாயார ஜபித்துக்கொண்டிருக்க அருளுஞ்வீர். இதை நான் என்றும் மறவாது ஜபிக்க வேண்டும். நான் என்றுமே உம்மிடம் முழுமையாகச் சரணாகதி செய்து உன்னிடம் பணிந்து சுகித்து இருக்க வேண்டும் என்பதை இந்த ஸ்லோகம் மூலம் ஆசார்ய சங்கரர் வேண்டுகிறார்.

மேற்கூறப்பட்ட அர்த்தங்களில் வத₃னசரோஜ₃ என்கிற சொல் பக்தனுடைய முகத்தைக் குறிக்குமாறு பொருள் விளக்கப்பட்டது. பக்தனுடைய முகம் தாமரையோடு ஒப்பிடப்படக் காரணம் பக்தனின் முகம் பேரானந்தத்தில் திளைத்து மலர்ந்த தாமரையை ஒத்து இருக்கும். அந்த ஆனந்தம் மந்திர ஜெபத்தால் ஏற்படும் பகவத் தர்ஷனத்தின் பலனாகும். பத்தனின்

முகத்தாமரையின் மகரந்தம் மந்திரமாகும். அதுவே பக்தனின் இனிமைக்குக் காரணமாகும்.

2.ஷட்பதீ என்ற சொல்லின் மற்றொரு பொருள் ஆறு பதங்களைக் (ஷ்லோகங்களை) கொண்ட துதி என்பதாகும். இந்த துதியையே அது குறிக்கிறது. இந்த ஸ்தோத்திரம் ஏழு ஷ்லோகங்கள் கொண்டதாய் இருப்பினும் ஏழாவது ஷ்லோகமானது இந்த ஷட்பதீ ஸ்தோத்திரம் என் முகத்தாமரையில் வாழட்டும் என்றும் வேண்டுவதால் முதல் ஆறு ஷ்லோகங்களே துதி என்றும் ஏழாம் ஷ்லோகம் அந்த துதியை நான் தினமும் ஜபிக்க அருள வேண்டும் என்ற ப்ரார்த்தனையாகவும் நிர்ணயிக்கப்படுகிறது.

தாமரை மலர்வதைப்போல் இந்த துதியை ஜபிக்க ஜபிக்க பக்தனின் முகமும் ஆனந்தத்தால் மலர்கிறது. இந்த துதியின் ஒவ்வொரு ஷ்லோகத்துடைய ஆழ்ந்த பொருளை உணர்ந்து முழுமனதுடன் இறைவனை இதைக்கொண்டு துதிக்க இத்துதியில் விவரிக்கப்பட்ட திவ்ய குணங்கள் பக்தனுக்கு அருளப்படுகிறது. இத்துதியை கொண்டு இறைவனை அனுதினமும் போற்றப் போற்ற உயர்ந்த ஞானத்தைப் பெறுகிறான். தன்னை உணர்கிறான். இந்த மாற்-றமே மலர்தல் என்ற செயலோடு ஒப்பிடப்படுகிறது. பக்தன் மேலும் மேலும் நிம்மதியையும் ஆனந்தத்தையும் அடைகிறான்.

ஆதி சங்கராசார்யார் இந்த துதி என் முகமாகிய மலரில் என்றும் வசிக்கவேண்டும் என்று கூறுவதன் மூலம் இத்துதியில் கூறப்பட்ட நற்குணங்களின் முக்கியத்துவத்தை உணர்ந்து அந்த குணங்கள் நம்மில் வளரவும் அவை என்றும் எப்பேர்ப்பட்ட சூழ்நிலைகளி-லும் நம்மை விட்டு நீங்காதிருக்கவும் பிரார்த்திக்க வேண்டும் என்பதை உணர்த்துகிறார்.

இந்த துதி நம் முகத்தில் இருக்கும்வரை அந்த நற்குணங்கள் நம்மை விட்டு நீங்காது.

3. ஷட்பதீ என்ற சொல்லுக்கு தேனைப்பருகும் வண்டு என்று பொருள். வண்டு என்பது நம் மனத்தைக் குறிக்கிறது அது வண்டு மலர்விட்டு மலர் தாவுவது போல் ஒரு உலகியல் இன்பத்தை விட்டு இன்னொரு இன்பத்தை நாடுகிறது. மனமாகிய அந்த வண்டு இறை-வனின் முகமாகிய தாமரையிலும் திருவடிகளாகிய தாமரைகளிலும் எப்போதும் வசிக்கட்-டும் என்று ப்ரார்த்திக்கிறார். இறைவனுடைய திருவடிகள் இரண்டாம் ஷ்லோகத்தில் தாம-ரைகளாக வர்ணிக்கப்பட்டுள்ளன. ஏழாம் ஷ்லோகத்தில் திருவடிகளின் வர்ணனை இல்லை எனினும் முன்னமே தாமரைகளாக வர்ணிக்கப்பட்டு அந்த திருவடித்தாமரைகளை வணங்-குகிறேன் என்றும் முன்பே கூறப்பட்டதால் திருவடிகளிலும் மனமாகிய வண்டு வாழட்டும் என்று பிரார்த்திக்கிறோம்.

இப்பொழுது விவரிக்கப்பட்ட பொருளை இந்த ஷ்லோகம் தரும்போது அன்வய க்ரமம் மாறுகிறது

நாராயண கருணாமய தாவகௌ சரணௌ ஶரணம் கரவாணி

மதீ₃யே ஷட்பதீ₃ வத₃நஸரோஜே ஸதா₃ வஸது இதி

நாராயணரே கருணை மிகுந்தவரே நான் தங்கள் திருவடிகளை ஷரணமடைகிறேன் என் மனமாகிய வண்டு (தங்கள்) முகத்தாமரையில் எப்போதும் வசிக்கட்டும் என்று. இங்கு மதீ₃யே (என்னுடைய) என்கிற வார்த்தை ஷட்பதீ என்ற வார்த்தையுடன் அன்வயம் செய்-யப்பட்டுள்ளது. (என்னுடைய மனமாகிய வண்டு என்று பொருள் தருமாறு)

மனமானது வண்டுடன் ஒப்பிடப்பட காரணம் என்ன?

மனம் பலவகைகளிலும் வண்டை ஒத்த தன்மைகளையுடையது. வண்டு மலர் விட்டு மலர் தாவும். மனம் ஒரு எண்ணத்திலிருந்து இன்னொரு எண்ணத்திற்கு மாறும். வண்டு தேனைத் தேடிக்கொண்டே இருக்கும். அதேபோல் மனமும் அனைத்திலும் இன்பத்தைத் தேடிக்கொண்டே இருக்கும். வண்டு, தான் சேகரிக்கும் தேனைக்கொண்டு திருப்தி அடை- வதே இல்லை. அது மேலும் மேலும் தேனைத் தேடி அலைகிறது. பல மலர்களிலிருந்து தேனைச் சேகரிக்கிறது. மனமோ சந்தோஷத்தைத் தேடி அலைவதையோ புலன் இன்பங்- களை அனுபவிப்பதையோ அதை சுகம் என்று கருதி அதில் திளைப்பதையோ நிறுத்துவதே இல்லை. புலன் இன்பங்களால் நிறைவு பெறவே முடிவதில்லை எனினும் மேலும் மேலும் வெவ்வேறு விதமாக அவைகளை அனுபவிக்கவே மனம் விழைகிறது. தேனின் மீது கொண்ட பேராசையாலேயே மரணமடைகிறது. மனமும் புலன் இன்பங்களின் மீது கொண்ட பற்றால் கீழ்நிலையயடைகிறது.

புலன் இன்பங்களில் குறைகள் இருப்பினும் மனம் அதையே நாடுகிறது. மனம் புலன் இன்பங்களை நாடுவதை நிறுத்துவது என்பது எளிதல்ல ஏனெனில் அது மனதின் இயல்பா- கும். அதனால் சங்கரர் பகவான் நாராயணரை தன் திருமுகத்தாமரையின் மேலான சுகந்- தத்தால் மனமாகிய வண்டை ஈர்க்கவேண்டும் என்று பிரார்த்திக்கிறார். மேலான இன்பத்தைக் உணர்த்தி மனதை ஈரப்பதன் மூலமே மனத்தைக் கீழான இன்பங்களை விட்டு விலக்கமுடி- யும்.

நாம் வண்டுகள் மலரைத் தேடிச் செல்கின்றன என்று கூறினாலும் மலர்களுடைய மகரந்- தமே வண்டுகளைத் தன்னை நோக்கி வரச்செய்கின்றன. அதேபோல் மனமே இன்பங்க- ளைத் தேடி ஓடுவதாக நாம் எண்ணினாலும் விஷயங்கள் (அனுபவிக்கப்படும் இன்பங்கள்) மனதைத் தன்பால் ஈர்க்கின்றன. புலன்களும் அதற்கு துணை செய்கின்றன. ஏனென்றால் மனித உடல் அத்தன்மையானதாகவே படைக்கப்பட்டுள்ளது. அதனால் பகவத்பாதர் நாரா- யணரை இந்த புலன்களையும் விஷயங்களையும் ஜெயித்து மனமாகிய வண்டைத் தன்பால் தனதழகைக் காட்டி நறுமணத்தை நுகரச்செய்து ஈர்த்து அந்த திருவுருவத்தின் தரிசனமாகிய இன்பமென்னும் தேனைப் பருகித் திளைத்து அதிலேயே ஆழ்ந்து அந்த அழகிலே மயங்கி அதை அனுபவித்துக்கொண்டே இருக்கவேண்டும். இந்த பேரின்பத்தைக் கண்டபிறகே மனம் சிற்றின்பத்தின் சிறுமையை உணரமுடியும். மனம் ஐம்புலன்கள் வழியாகவும் இறை இன்- பத்தையே அனுபவித்து அவருடைய அழகையே கண்டு அவர் திருநாமங்களையும் துதிக- ளையும் வேதமந்திரங்களையும் கேட்டுக்கொண்டு , அவருடைய திருவடிமலர்களை நுகர்ந்து அவர் புகழையேத்தும் துதிகளையே பாடி அவருக்கு அற்பிக்கப்பட்ட பதார்த்தங்களையே உண்டு மனத்தாலும் வாக்காலும் புலன்களாலும் அவரையே அனுபவித்து அவர் திருமேனி- களான மூர்த்திகளைத் தொட்டு சேவித்து உபசரித்து வாழ்வைக் கழிக்க வேண்டும். இதுவே நம் மனமாகிய வண்டு அவரது திருமுகத்திலும் திருவடிகளிலும் வசித்தல் ஆகும்.

ஆசார்ய சங்கரர் ஸ்தா₃ என்ற சொல்லின் மூலம் எப்போதுமே மனம் பகவானின் திரு- முகத்தையும் திருவடியையுமே அனுபவித்துக் கொண்டு இருக்க வேண்டும் அது திரும்ப சிற்றின்பங்களை நாடிச் செல்லக்கூடாது என்பதைப் பிரார்த்திக்கிறார்.

இங்கு நமக்கொரு ஐயம் எழுவது இயல்பு. இது எப்படி சாத்தியமாகும் ? ஆச்சார்ய சங்கரர் சமாதி நிலையை வேண்டுகிறாரா? அந்நிலையில்தான் மனம் இறைவனோடு ஒன்றி

இறைவனைத் தவிர வேறொன்றையும் காணாது இருக்கும். இந்த விளக்கம் தவறில்லை எனினும் இதனினும் ஆழ்ந்த பொருள் இந்த பிரார்த்தனைக்குண்டு.

இறைவனை எப்போதும் இடைவிடாது அனுபவிப்பதற்கான உணர்வதற்கான ஒரே வழி ஆத்ம ஞானம் மாத்திரமே. காண்பதும் கேட்பதும் தொடுவதும் நுகர்வதும் பேசுவதும் அனைத்துமே இறைவனன்றி வேறில்லை என்று உணர்வதே இடைவிடாத இறை அனுப-வத்திற்கான ஒரே வழியாகும். உள்ளும் புறமுமாய் நிறைந்திருப்பது அந்த பரம்பொருளே. அவரே நம் உண்மையான ஸ்வரூபம் (ஆத்மா) உண்மையில் அவரன்றி வேறேதுமே இல்லை அனைத்தும் ப்ரம்ஹமே தவிர வேறில்லை.

இடை விடாத இறை அனுபவத்திற்கான பிரார்த்தனை.

அந்த இடைவிடாத இறை அனுபவம் பூரண ஞானத்தால் மாத்திரமே அடையத்தக்கது. பரிபூரண ஞானமடைந்த ஒருவனே எப்போதும் எச்செயலிலீடுபட்ட போதிலும் எங்கிருந்த-போதிலும் ப்ரம்ஹத்தை இடைவிடாது அனுபவிக்க முடியும்.

ஆசார்ய சங்கரர் நாராயணரை கருணாமய என்று அழைக்கிறார். அதன் மூலம் "ஐயா தாங்கள் எனக்கு ஞானத்தை தங்கள் காரணங்கடந்த பெருங்கருணையால் அருளவேண்டும். தங்கள் அருளானது என் தகுதியை ஒரு ஆதாரமாக கொள்ளாமல் தங்கள் கருணையை காரணமாகக் கொண்டு செய்யப்படவேண்டும்" என்று பிரார்த்திக்கிறார்.

இந்த ஷ்லோகத்தில் திருமுகத்தையும், இரண்டாவது ஸ்லோகத்தில் திருவடிகளையும் வர்ணித்து வணங்குவதன் மூலம் உபலக்ஷன நியாயமாக திருவடி முதல் திருமுடிவரை முழு வடிவிலும் எந்நேரமும் மனம் ஈடுபட்டிருக்கவேண்டும் என்று கொள்ளலாம்.

8

ஷட்பதீ ஸ்தோத்ரம்

அவிநயமபநய விஷ்ணோ த₃மய மந:ஶமய விஷயம்ருக₃த்ருஷ்ணாம் ।
பூ₄தத₃யாம் விஸ்தாரய தாரய ஸம்ஸாரஸாக₃ரத: ॥ ௧॥
தி₃வ்யதது₄நீமகரந்தே₃ பரிமலபரிபோ₄க₃ஸச்சிதா₃நந்தே₃ ।
ஶ்ரீபதிபதா₃ரவிந்தே₃ ப₄வப₄யகே₂த₃ச்சிதே₃ வந்தே₃ ॥ 2॥
ஸத்யபிபே₄தா₃பக₃மே நாத₂ தவாஹம் ந மாமகீநஸ்த்வம் ।
ஸாமுத்₃ரோ ஹி தரங்க:₃ க்வசந ஸமுத்₃ரோ ந தாரங்க:₃ ॥ ௩॥
உத்₃த்₄ருதநக₃ நக₃பி₄த்₃நுஜ த₃நுஜகுலாமித்ர மித்ரஶஶித்₃ருஷ்டே ।
த்₃ருஷ்டே ப₄வதி ப்ரப₄வதி ந ப₄வதி கிம் ப₄வதிரஸ்கார: ॥ ௪॥
மத்ஸ்யாதி₃பி₄ரவதாரைரவதாரவதா𝖲வதா ஸதா₃ வஸுதா₄ம் ।
பரமேஶ்வர பரிபால்யோ ப₄வதா ப₄வதாபபீ₄தோஹம் ॥ ௫॥
தா₃மோத₃ர கு₃ணமந்தி₃ர ஸுந்த₃ரவத₃நாரவிந்த₃ கோ₃விந்த₃ ।
ப₄வஜலதி₄மத₂நமந்த₂ர பரமம் த₃ரமபநய த்வம் மே ॥ ௬॥
நாராயண கருணாமய ஶரணம் கரவாணி தாவகௌ சரணௌ ।
இதி ஷட்பதீ₃ மத்₃யே வத₃நஸரோஜே ஸதா₃ வஸது ॥ ௭॥
॥ இதி ஶ்ரீமத் ஶங்கராசார்யவிரசிதம் விஷ்ணுஷட்பதீ₃ஸ்தோத்ரம் ஸம்பூர்ணம் ॥

Contact Me

You can always feel free to contact me or send me suggestions, doubts to writetokoushik@yahoo.com
Follow me at my blog
Authorkoushik.tumblr.com

Thank you for reading the book. Hope you enjoyed it.

If you like this book and enjoyed reading, it would be really helpful if you can share your experience by **leaving a review**

If you have had any problems with the book, please feel free to message me through email writetokoushik@yahoo.com

I will try my best to help you with it.

Thank you

K.koushik

Ardhanarishvara Stotra: A Hymn on Unified Form Of Shiva and Shakti by Shankara Bhagavadpaada

Shiva Manasa Pooja: Mental Worship Of Shiva

Kalabhairavashtakam: Eight Verses on Kalabhairava

Hundred and Eight Names of Bhairava

Margabandhu Stotra: A Hymn on Margasahaya Shiva By Appayya Deekshita

Names of Shiva: Commentary on 108 Names of Shiva From Shiva Rahasya Khanda Based onShiva Tatva Rahasya Of Neelakanta Deekshita

Ganesha Pancharatnam: A hymn on Ganesha by Shankara Bhagavadpada

Ganesha Sahasranama- Thousand Names of Ganesha: Translated Based on Bhaskara Raya Makhin's Khadyota Bhashya

Heramba Upanishad

19 PLUS TIPS FOR USING GMAIL TO THE FULLEST

All That You Need To Know About Google Keep for Increasing Productivity

All That You Need to Know When Buying Domains

All That You Need to Know About Tumblr Blogs

Productivity Hacks for Entrepreneurs

Who Should Start a Membership Business

Glories of Shiva: Kaalahastheeshwara (coming soon)

Glories of Shiva: Stories from the Shiva Mahimna Stotra (coming soon)

All books that are published are available through online stores check

authorkoushik.tumblr.com